trường học - School	2
du lịch - Törn	5
vận chuyển - Transport	8
thành phố - Stadt	10
phong cảnh - Landschop	14
khách sạn - Spieslokal	17
siêu thị - Supermarkt	20
thức uống - Drünk	22
thức ăn - Eten	23
nông trại - Buernhoff	27
nhà - Huus	31
phòng khách - Wahnstuuv	33
bếp - Köök	35
phòng tắm - Baadstuuv	38
phòng trẻ em - Kinnerstuuv	42
y phục - Tüüch	44
văn phòng - Büro	49
kinh tế - Weertschop	51
nghề nghiệp - Profeschonen	53
dụng cụ - Warktüüch	56
nhạc cụ - Musikinstrumerten	57
vườn bách thú - Deertenpark	59
thể thao - Sport	62
các hoạt động - Aktivitäten	63
gia đình - Familje	67
cơ thể - Lief	68
bệnh viện - Krankenhuus	72
cấp cứu - Nootfall	76
trái đất - Eerd	77
đồng hồ - Klock	79
tuần lễ - Week	80
năm - Johr	81
hình dạng - Formen	83
màu sắc - Farven	84
đối lập - Gegendelen	85
con số - Tallen	88
các ngôn ngữ - Spraken	90
ai / cái gì / như thế nào - wokeen / wat / wo	91
ở đâu - wo	92

Impressum
Verlag: BABADADA GmbH, Nedderfeld 112 , 22529 Hamburg
Geschäftsführer / Verlagsleitung: Harald Hof
Druck: Books on Demand GmbH, In de Tarpen 42, 22848 Norderstedt

Imprint
Publisher: BABADADA GmbH, Nedderfeld 112 , 22529 Hamburg, Germany
Managing Director / Publishing direction: Harald Hof
Print: Books on Demand GmbH, In de Tarpen 42, 22848 Norderstedt, Germany

trường học
School

phòng học
Klassenstuuv

chia
delen

186/2

bảng viết
Tafel

sân trường
Schoolhoff

giáo viên
Schoolmeester

giấy
Papeer

viết
schrieven

cây bút
Sticken

bàn làm việc
Schrievdisch

cây thước
Lienholt

sách
Book

học sinh
Schöler

cặp đeo vai học sinh

Ranzel

hộp đựng bút

Feddermapp

bút chì

Bleesticken

cái gọt bút chì

Scharpmaker

cục tẩy

Radeergummi

tập giấy vẽ

Tekenblock

bản vẽ

Teken

cọ vẽ

Pinsel

hộp mực vẽ

Malkassen

cây kéo

Scheer

keo dán

Klever

sách bài tập

Heft to'n Öven

bài tập ở nhà

Huusopgaav

số

Tall

cộng

tohooptellen

trừ

aftrecken

nhân

malnehmen

tính toán

reken

chữ cái

Bookstaav

bằng chữ cái

ABC

từ

Woort

văn bản

Text

đọc

lesen

phấn viết

Kried

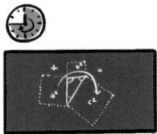

bài học

Stunn

sổ lớp

Klassenbook

thi kiểm tra

Pröven

chứng chỉ

Tüügnis

đồng phục học sinh

Schooluniform

giáo dục

Utbillen

từ điển bách khoa

Nakieksel

đại học

Universität

kính hiển vi

Mikroskop

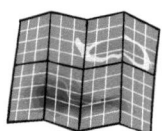

bản đồ

Koort

thùng rác giấy

Papeerkorf

du lịch
Törn

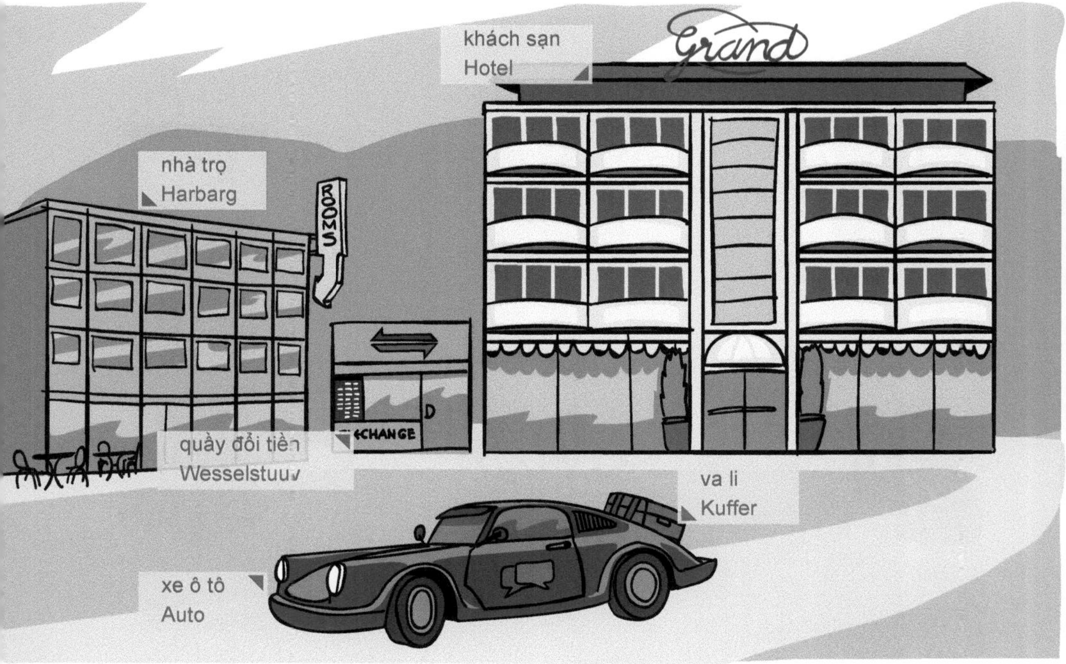

khách sạn
Hotel
Grand
nhà trọ
Harbarg
ROOMS
CHANGE
quầy đổi tiền
Wesselstuuv
va li
Kuffer
xe ô tô
Auto

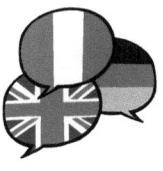

ngôn ngữ

Spraak

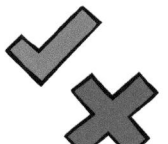

có / không

jo / ne

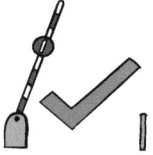

ô kê

Jo

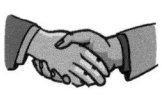

Xin chào

Moin

thông dịch viên

Översetter

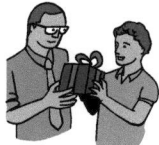

cám ơn

Dank ok

... bao nhiêu tiều?

Wat kost...?

tôi không hiểu

Ik verstah nich

vấn đề

Problem

Xin chào! (buổi tối)

Goden Avend

xin chào! (buổi sáng)

Moin!

chúc ngủ ngon!

Gode Nacht!

tạm biệt

Tschüüs

hướng đi

Richt

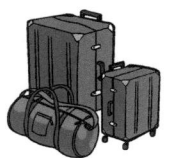

hành lý

Bagaasch

túi xách

Tasch

túi ba lô

Rüchsack

khách

Gast

phòng

Stuuv

túi ngủ

Slaapsack

lều

Telt

thông tin du lịch

Touristeninformatschoon

bãi biển

Strand

thẻ tín dụng

Kreditkoort

ăn sáng

Fröhstück

ăn trưa

Meddageten

ăn tối

Avendeten

vé xe

Fohrkort

thang máy

Fohrstohl

tem bưu điện

Breefmark

biên giới

Grenz

hải quan

Toll

đại sứ quán

Bottschop

thị thực

Visum

hộ chiếu

Pass

vận chuyển
Transport

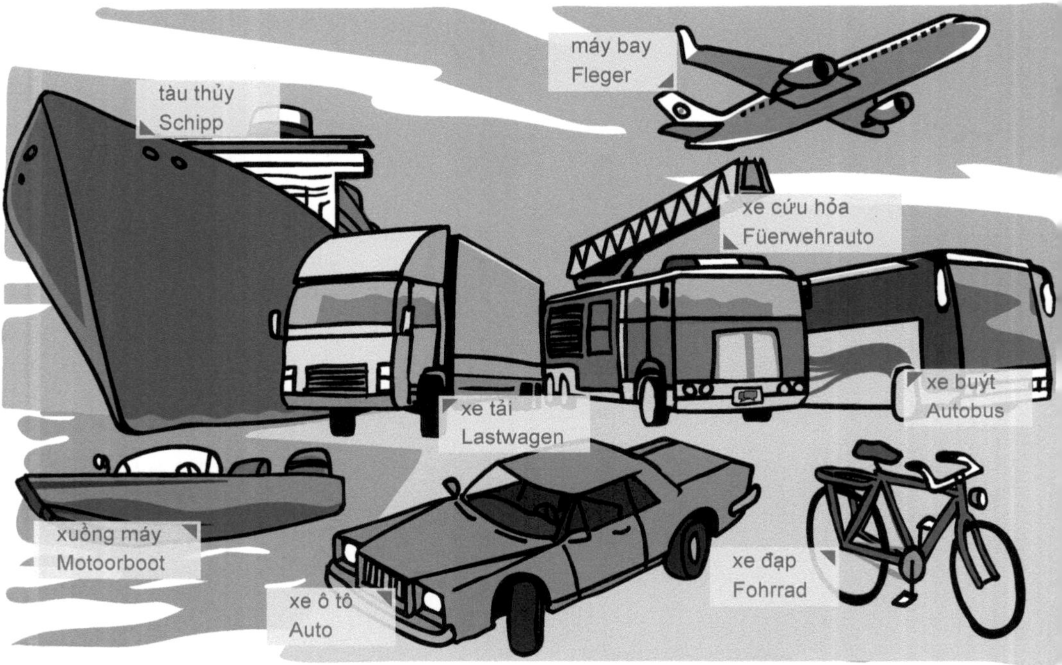
máy bay
Fleger
tàu thủy
Schipp
xe cứu hỏa
Füerwehrauto
xe buýt
Autobus
xe tải
Lastwagen
xuồng máy
Motoorboot
xe đạp
Fohrrad
xe ô tô
Auto

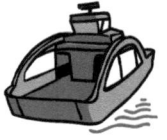

phà

Fähr

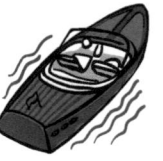

xuồng

Boot

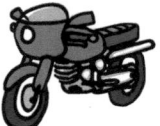

xe máy

Motoorrad

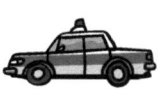

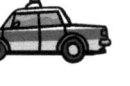

xe cảnh sát

Polizeiauto

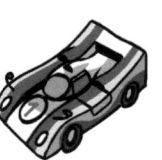

xe đua

Rönnauto

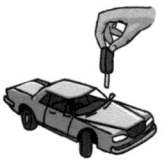

xe cho thuê

Lehnwagen

dịch vụ thuê xe tự lái

Carsharing

xe kéo cứu hộ

Afsleepwagen

xe rác

Müllauto

động cơ

Motoor

xăng

Kraftstoff

trạm xăng

Tanksteed

biển báo giao thông

Verkehrsschild

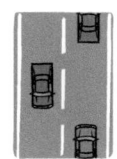

giao thông

Verkehr

ách tắc giao thông

Stau

bãi đậu xe

Afstellplatz

nhà ga

Bahnhoff

đường ray

Sporen

xe lửa

Tog

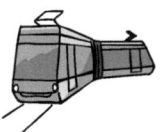

tàu điện

Stratenbahn

toa xe

Wagon

máy bay trực thăng

Dwarsmöhl

sân bay

Flooghaven

tháp

Tower

hành khách

Fohrgast

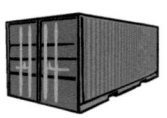

côngtenơ

Grootkist

thùng các-tông

Karton

xe đẩy

Koor

cái giỏ

Korf

cất cánh / hạ cánh

starten / lannen

thành phố

Stadt

làng

Dörp

trung tâm thành phố

Binnenstadt

nhà

Huus

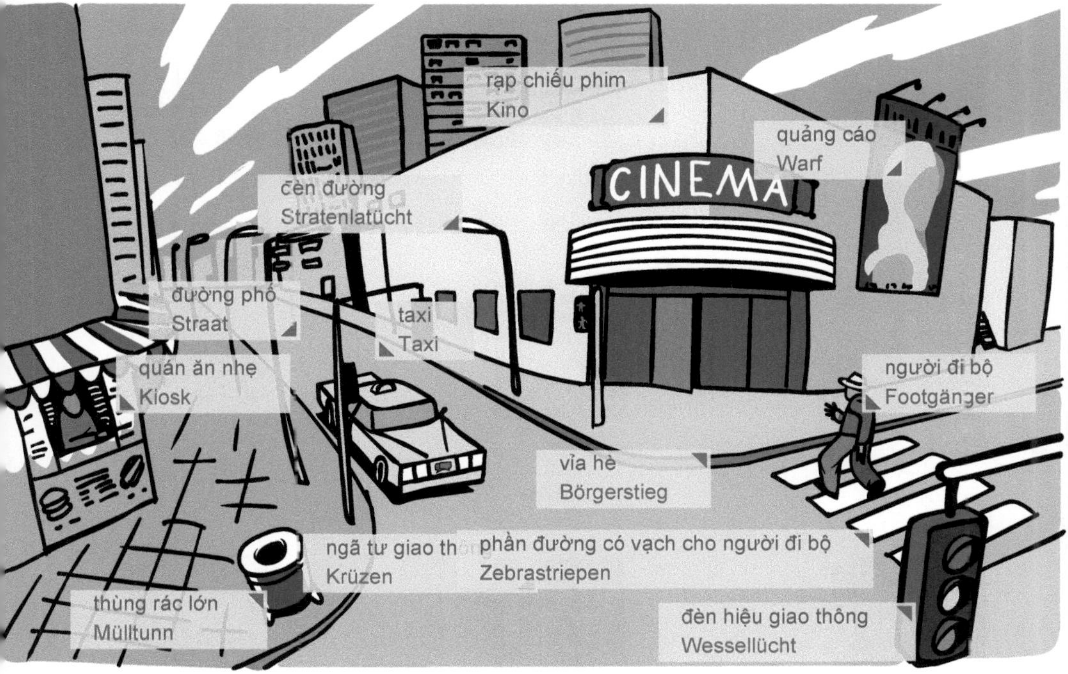

rạp chiếu phim
Kino
CINEMA
quảng cáo
Warf
đèn đường
Stratenlatücht
đường phố
Straat
taxi
Taxi
quán ăn nhẹ
Kiosk
người đi bộ
Footgänger
vỉa hè
Börgerstieg
ngã tư giao th
Krüzen
phần đường có vạch cho người đi bộ
Zebrastriepen
thùng rác lớn
Mülltunn
đèn hiệu giao thông
Wessellücht

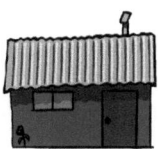

nhà chòi

Hütt

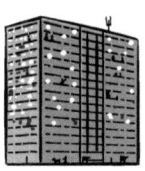

căn hộ

Wahnung

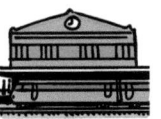

nhà ga

Bahnhoff

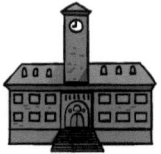

tòa thị chính

Raathuus

MUSEUM

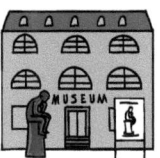

viện bảo tàng

Museum

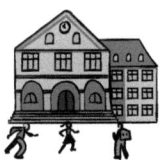

trường học

School

đại học
Universität

ngân hàng
Bank

bệnh viện
Krankenhuus

khách sạn
Hotel

hiệu thuốc
Afteek

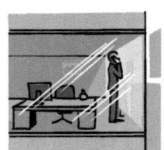

văn phòng
Büro

hiệu sách
Bookhökerie

cửa hiệu
Hökerie

cửa hiệu bán hoa
Blomenhökerie

siêu thị
Supermarkt

chợ
Markt

cửa hàng bách hóa
Koophuus

người bán cá
Fischhökerie

trung tâm mua bán
Inkoopszentrum

bến cảng
Haven

công viên

Parkanlaag

ghế băng

Bank

cầu

Brüch

cầu thang

Trepp

tàu điện ngầm

Ünnergrundbahn

đường hầm

Tunnel

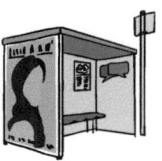

trạm xe buýt

Busstoppsteed

quán bar

Bar

khách sạn

Spieslokal

hòm thư công cộng

Breefkassen

bảng hiệu đường

Stratenschild

đồng hồ đậu xe

Parkklock

vườn bách thú

Deertenpark

bể bơi

Baadanstalt

nhà thờ Hồi giáo

Moschee

nông trại
Buernhoff

ô nhiễm môi trường
Ümweltversmudden

nghĩa trang
Karkhoff

nhà thờ
Kark

sân chơi
Speelplatz

ngôi đền
Tempel

phong cảnh
Landschop

lá cây
Blatt

bảng chỉ đường
Wiespahl

lối đi
Weg

bãi cỏ
Wisch

hòn đá
Steen

người đi bộ đường dài
Wannerer

cây
Boom

sông
Fluss

cỏ
Gras

bông hoa
Bloom

thung lũng

Daal

đồi

Barg

hồ nước

See

rừng

Holt

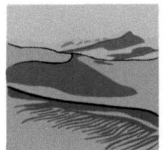

sa mạc

Wööst

núi lửa

Füerspien Barg

lâu đài

Slott

cầu vồng

Regenbagen

nấm

Poggenstohl

cây cọ

Palm

con muỗi

Steekmück

con ruồi

Fleeg

con kiến

Miegeemk

con ong

Imm

con nhện

Spinn

bọ cánh cứng

Sebber

con ếch

Pogg

con sóc

Katteker

con nhím

Swienegel

con thỏ

Haas

con cú

Uul

con chim

Vagel

thiên nga

Swaan

heo rừng

Wildswien

con hươu

Hirsch

nai sừng tấm

Elk

đê

Staudamm

tuabin gió

Windrad

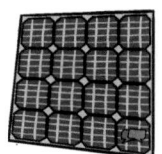

tấm năng lượng mặt trời

Solarmodul

khí hậu

Klima

bồi bàn
Kellner

thực đơn
Spieskoort

ghế
Stohl

súp
Supp

bánh pizza
Pizza

bộ dao nĩa ăn
Bestick

khăn trải bàn
Dischdeek

món ăn khai vị
Vörspies

món ăn chính
Haupteten

món tráng miệng
Nadisch

thức uống
Drünk

thức ăn
Eten

cái chai
Buddel

thức ăn nhanh

Fastfood

thức ăn đường phố

Strateneten

ấm trà

Teekann

hộp đường

Zuckerdoos

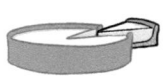

khẩu phần

Portschoon

máy pha espresso

Espressomaschien

ghế cao

Hoochstohl

hóa đơn

Reken

khay

Tablett

dao

Mess

nĩa

Gavel

thìa

Lepel

thìa uống trà

Teelepel

khăn ăn

Munddook

cốc thủy tinh

Glas

đĩa

Töller

đĩa súp

Suppentöller

đĩa lót cốc

Ünnertass

nước sốt

Sooß

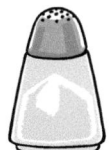

lọ muối

Soltstreuer

cái xay tiêu

Pepermöhl

giấm

Etig

dầu

Ööl

gia vị

Krüder

nước xốt cà chua

Ketchup

tương hạt cải

Mostrich

nước sốt mayonnaise

Mayonnaise

siêu thị

Supermarkt

chào giá đặc biệt
Anbott
FOR
khách hàng
Kunn
sản phẩm từ sữa
Melkprodukten
trái cây
Aaft
xe đẩy mua sắm
Inkoopswagen

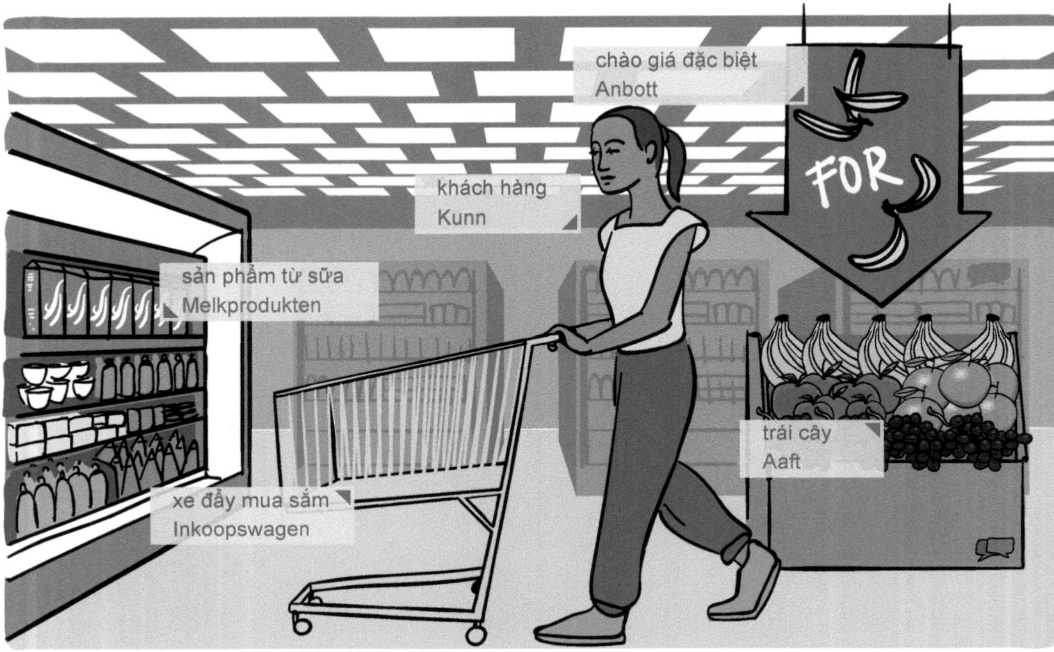

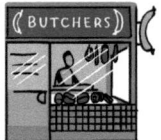

BUTCHERS

lò mổ

Slachterie

BAKERY

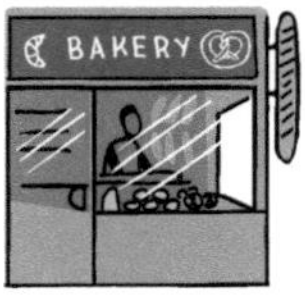

cửa hiệu bán bánh mì

Bäckerie

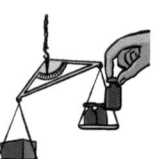

cân nặng

wegen

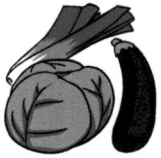

rau quả

Gröönsaken

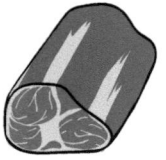

thịt

Fleesch

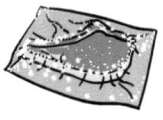

thức ăn đông lạnh

Deepköhlkost

lát thịt nguội

Opsnitt

đồ hộp

Konserven

bột giặt

Waschmiddel

đồ ngọt

Snoopkraam

sản phẩm dùng trong gia
đình
Huushooltssaken

chất tẩy rửa

Reinmaaktüüch

người bán hàng

Verköpersche

quầy trả tiền

Kass

nhân viên thu ngân

Kasserer

danh sách mua sắm

Inkoopslist

giờ mở cửa

Opsparrtieden

ví tiền

Breeftasch

thẻ tín dụng

Kreditkoort

túi đeo

Tasch

túi ny lông

Plastiktüüt

nước
Water

nước quả ép
Saft

sữa
Melk

coca-cola
Cola

rượu vang
Wien

bia
Beer

cồn
Spriet

cacao
Kakao

trà
Tee

cà phê
Koffie

espresso
Espresso

cappuccino
Cappucino

chuối

Banaan

quả táo

Appel

quả cam

Appelsien

dưa hấu

Meloon

chanh

Zitroon

cà rốt

Wöttel

tỏi

Knuuvlook

tre

Bambus

củ hành

Zibbel

nấm

Poggenstohl

hạt dẻ

Nööt

mì

Nudeln

mì spaghetti

Spaghetti

cơm

Ries

xà lách

Salat

khoai tây chiên

Pommes frites

khoai tây chiên

Braadkantüffeln

bánh pizza

Pizza

bánh hamburger

Hamborger

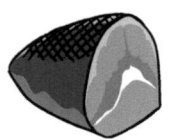

bánh mì sandwich

Sandwich

thịt côtlet

Snitzel

thịt giăm bông

Schinken

xúc xích

Salami

dồi

Wust

gà

Hohn

rán

Braden

cá

Fisch

cháo yến mạch

Haverflocken

cháo muesli

Müsli

bánh bột ngô nướng

Cornflakes

bột mì

Mehl

bánh sừng bò

Croissant

bánh mì

Rundstück

bánh mì

Broot

bánh mì nướng

Toast

bánh bích quy

Keksen

bơ

Botter

sữa đông

Quark

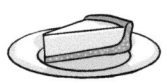

bánh ngọt

Koken

trứng

Ei

trứng rán

Spegelei

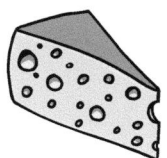

pho mát

Kees

thức ăn - Eten

kem
les

đường
Zucker

mật ong
Honnig

mứt
Marmelaad

kem nougat
Nougat-Creme

cà ri
Curry

thức ăn - Eten

nông trại
Buernhoff

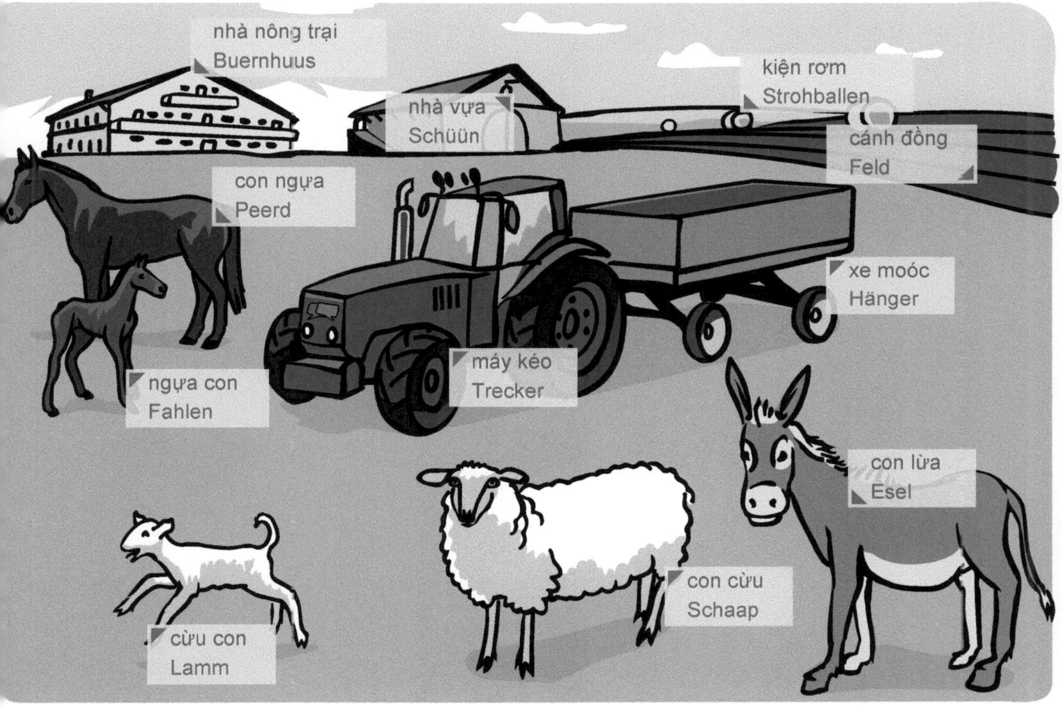
nhà nông trại
Buernhuus
nhà vựa
Schüün
kiện rơm
Strohballen
cánh đồng
Feld
con ngựa
Peerd
xe moóc
Hänger
máy kéo
Trecker
ngựa con
Fahlen
con lừa
Esel
con cừu
Schaap
cừu con
Lamm

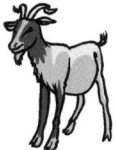

con dê
Zeeg

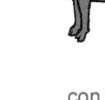

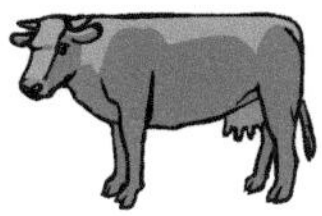
con bò
Koh

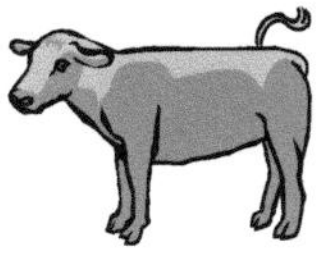
con bê
Kalf

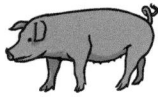

con lợn
Swien

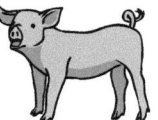

lợn con
Farken

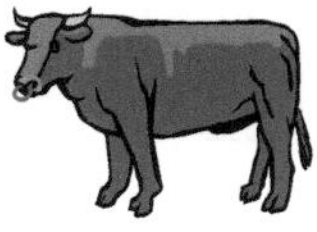
bò đực
Bull

con ngỗng

Goos

con vịt

Aant

gà con

Küken

gà mái

Hohn

gà trống

Hahn

con chuột

Rott

mèo

Katt

chuột nhắt

Muus

bò đực

Oss

con chó

Hund

nhà chuồng chó

Hunnenhütt

ống tưới vườn cây

Goornslauch

thùng tưới cây

Geetkann

lưỡi hái

Lee

cái cày

Ploog

cái liềm

Sich

cái cuốc

Hack

cái chĩa

Mestfork

cái rìu

Ext

xe cút kít

Schuufkoor

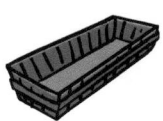

máng ăn

Trog

lọ sữa

Melkkann

bao tải

Sack

hàng rào

Tuun

chuồng

Stall

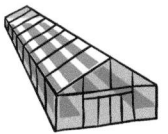

nhà kính trồng cây

Drievhuus

đất trồng

Bodden

hạt giống

Saat

phân bón

Dünger

máy gặt đập liên hợp

Meihdöscher

thu hoạch

oornen

mùa thu hoạch

Oorn

khoai lang

Yamswöttel

lúa mì

Weten

đậu nành

Soja

khoai tây

Kantüffel

ngô

Törksche Weten

hạt cải dầu

Rapp

cây ăn trái

Aaftboom

sắn

Troopsch Kantüffel

ngũ cốc

Koorn

nhà
Huus

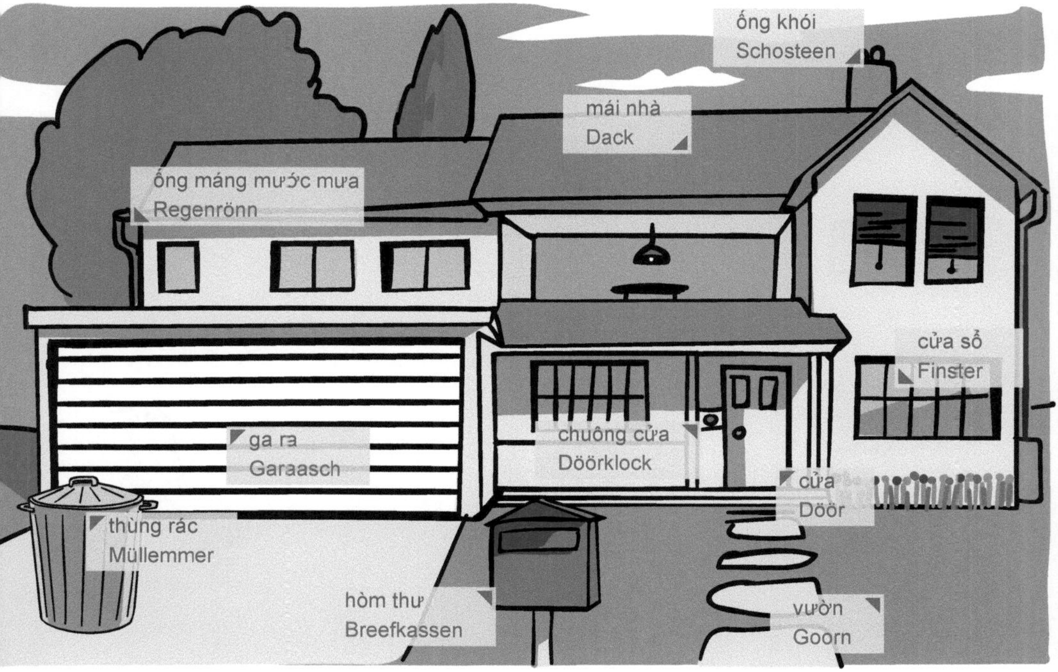
ống khói
Schosteen
mái nhà
Dack
ống máng mước mưa
Regenrönn
cửa sổ
Finster
ga ra
Garaasch
chuông cửa
Döörklock
cửa
Döör
thùng rác
Müllemmer
hòm thư
Breefkassen
vườn
Goorn

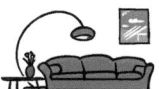

phòng khách
Wahnstuuv

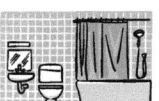

phòng tắm
Baadstuuv

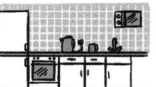

bếp
Köök

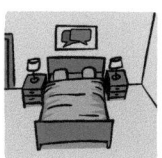

phòng ngủ
Slaapstuuv

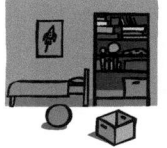

phòng trẻ em
Kinnerstuuv

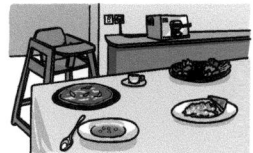

phòng ăn
Eetstuuv

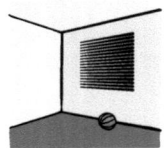

nền nhà

Footbodden

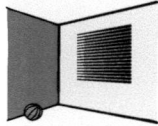

tường

Wand

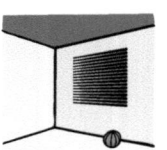

trần nhà

Deek

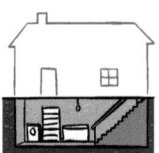

tầng hầm

Keller

tấm hơi

Hittluftbad

ban công

Balkon

sân hiên

Terrass

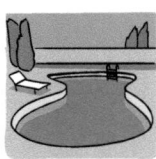

bể bơi

Swümmbad

máy cắt cỏ

Rasenmeiher

khăn trải giường

Bettbetog

khăn trải giường

Bettdeek

giường

Puuch

chổi

Bessen

cái xô

Emmer

công tắc điện

Schalter

phòng khách
Wahnstuuv

giấy dán tường
Tapeet
hình ảnh
Bild
đèn
Lamp
cái kệ
Regal
tủ
Schapp
ti vi
Kiekkassen
lò sưởi
Kamin
bông hoa
Bloom
gối
Küssen
ghế sofa
Sofa
bình hoa
Vaas
điều khiển từ xa
Feernbedenen

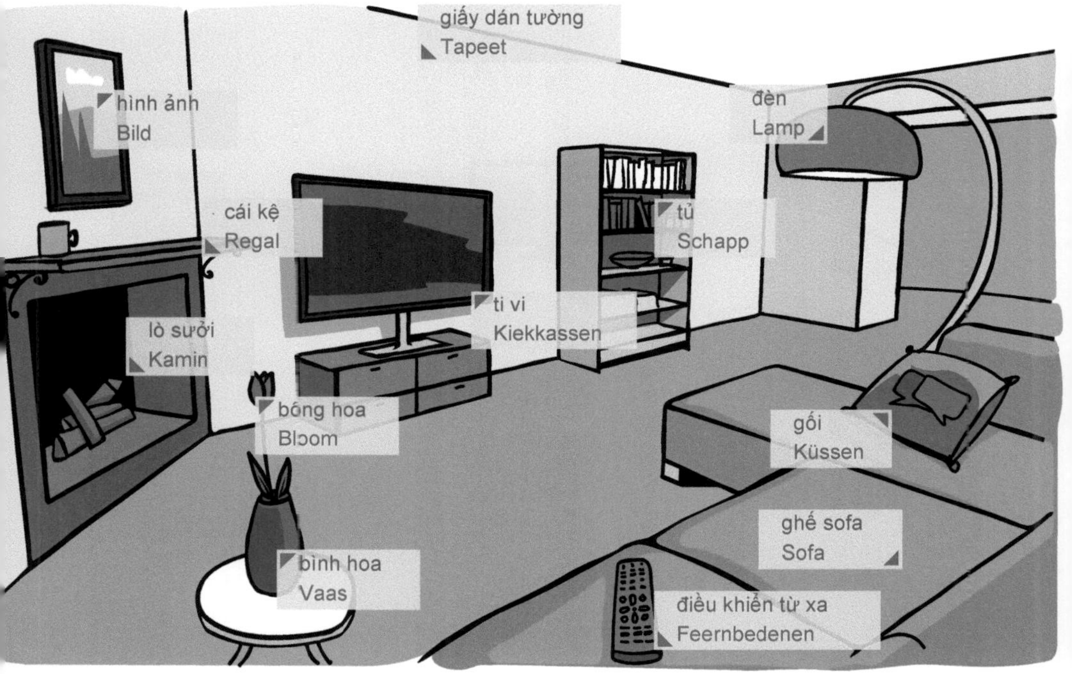

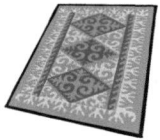

thảm

Teppich

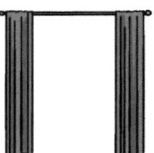

rèm

Vörhang

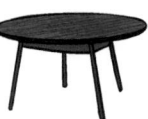

cái bàn

Disch

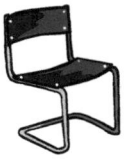

ghế

Stohl

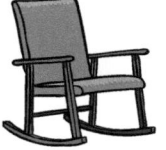

ghế bập bênh

Schuckelstohl

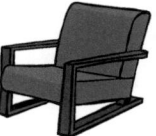

ghế bành

Sessel

sách
Book

cái chăn
Deek

đồ trang trí
Dekoratschoon

củi
Füerholt

phim
Film

máy hi-fi
Stereoanlaag

chìa khóa
Slötel

báo
Narichtenblatt

bức tranh
Gemälde

áp phích
Poster

radio
Radio

sổ ghi chép
Opschrievblock

máy hút bụi
Huulbessen

cây xương rồng
Kaktus

cây nến
Kars

bếp
Köök

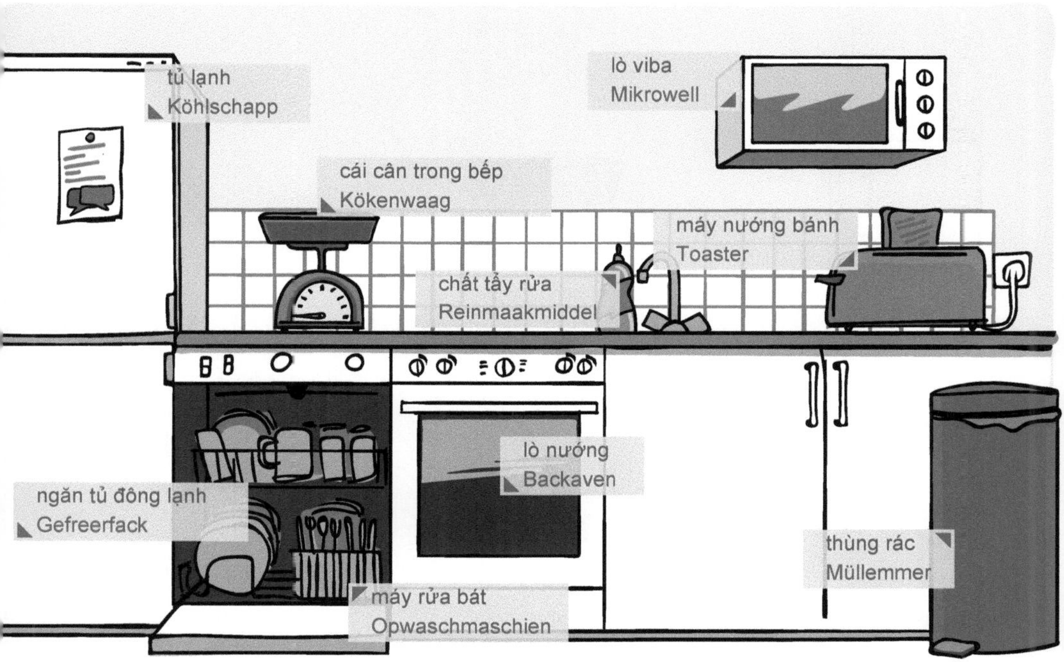
tủ lạnh
Köhlschapp
lò viba
Mikrowell
cái cân trong bếp
Kökenwaag
máy nướng bánh
Toaster
chất tẩy rửa
Reinmaakmiddel
lò nướng
Backaven
ngăn tủ đông lạnh
Gefreerfack
thùng rác
Müllemmer
máy rửa bát
Opwaschmaschien

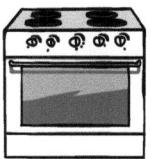

lò nấu

Heerd

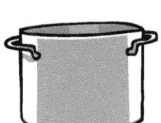

nồi

Pott

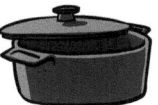

nồi sắt

Gussiesern Putt

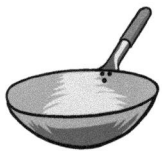

chảo

Wok / Kadai

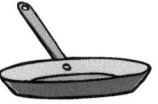

chảo

Pann

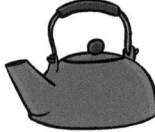

ấm đun nước

Waterkaker

nồi đun hơi

Dampkaakputt

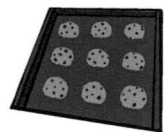

khay lò nướng

Backblick

bát đĩa

Geschirr

cốc

Beker

cái bát

Schaal

đũa

Eetsticken

cái vá

Suppenkell

bàn xẻng

Pannenwenner

que đánh kem

Sneebessen

rây dùng trong bếp

Kaakseef

cái rây lọc

Seef

cái nạo

Riev

vữa

Mörser

vỉ nướng

Grill

ngọn lửa trần

Füerstell

cái thớt

Sniedbrett

trục cán bột

Nudelholt

cái mở nút chai

Proppentrecker

vỏ đồ hộp

Doos

cái mở vỏ đồ hộp

Dosenaapner

miếng nhắc nồi

Pottlappen

bồn rửa bát

Waschbecken

bàn chải

Böst

miếng xốp

Swamm

máy xay

Mixer

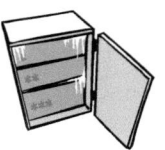

tủ đông lạnh

lesschapp

bình sữa cho trẻ sơ sinh

Nuckelbuddel

vòi nước

Waterhahn

phòng tắm
Baadstuuv

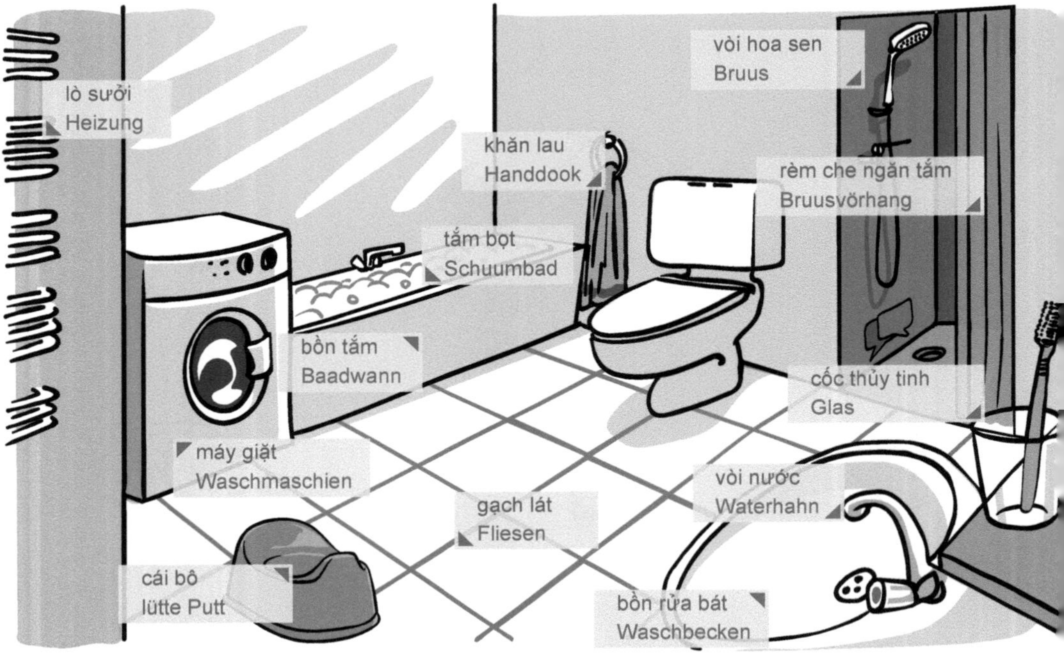
lò sưởi
Heizung
khăn lau
Handdook
vòi hoa sen
Bruus
rèm che ngăn tắm
Bruusvörhang
tắm bọt
Schuumbad
bồn tắm
Baadwann
cốc thủy tinh
Glas
máy giặt
Waschmaschien
vòi nước
Waterhahn
gạch lát
Fliesen
cái bô
lütte Putt
bồn rửa bát
Waschbecken

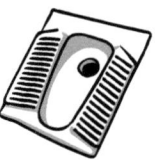

bồn cầu

Tante Meier

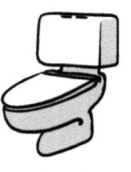

bồn cầu ngồi xổm

Hockklo

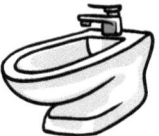

bồn rửa hậu môn

Bidet

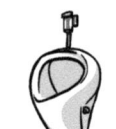

bồn tiểu tiện

Miegbecken

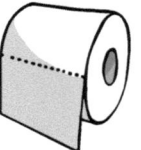

giấy vệ sinh

Klopapeer

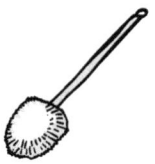

bàn chải cọ bồn cầu

Kloböst

bàn chải đánh răng

Tähnböst

kem đánh răng

Tähnpast

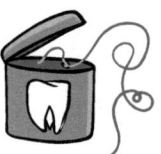

chỉ nha khoa

Tähnsied

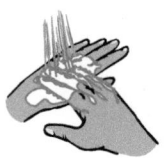

rửa

waschen

vòi sen cầm tay

Handbruus

vòi rửa hậu môn

Intimbruus

bồn rửa

Waschschöttel

bàn chải cọ lưng

Rüchböst

xà phòng

Seep

sữa tắm

Bruusgeel

dầu gội

Hoorwaschmiddel

khăn cọ để tắm

Waschlappen

lỗ thoát nước

Afloop

kem

Creme

chất khử mùi

Deodorant

gương

Spegel

gương tay

Kosmetikspegel

dao cạo râu

Raserer

kem cạo râu

Raseerschuum

nước thơm dùng sau khi cạo râu

Raseerwater

cái lược

Kamm

bàn chải

Böst

máy xấy tóc

Hoordröger

keo xịt tóc

Hoorspray

đồ trang điểm

Smink

thỏi son môi

Lippensticken

sơn bôi móng

Nagellack

bông

Watt

kéo cắt móng

Nagelscheer

nước hoa

Rüükwater

túi đựng đồ tắm

Kulturbüdel

ghế đầu

Schemel

cái cân

Waag

áo choàng tắm

Baadmantel

găng tay làm vệ sinh

Gummihanschen

nút gạc

Tampon

băng vệ sinh

Damenbinn

nhà vệ sinh hóa chất

Chemieklo

phòng trẻ em
Kinnerstuuv

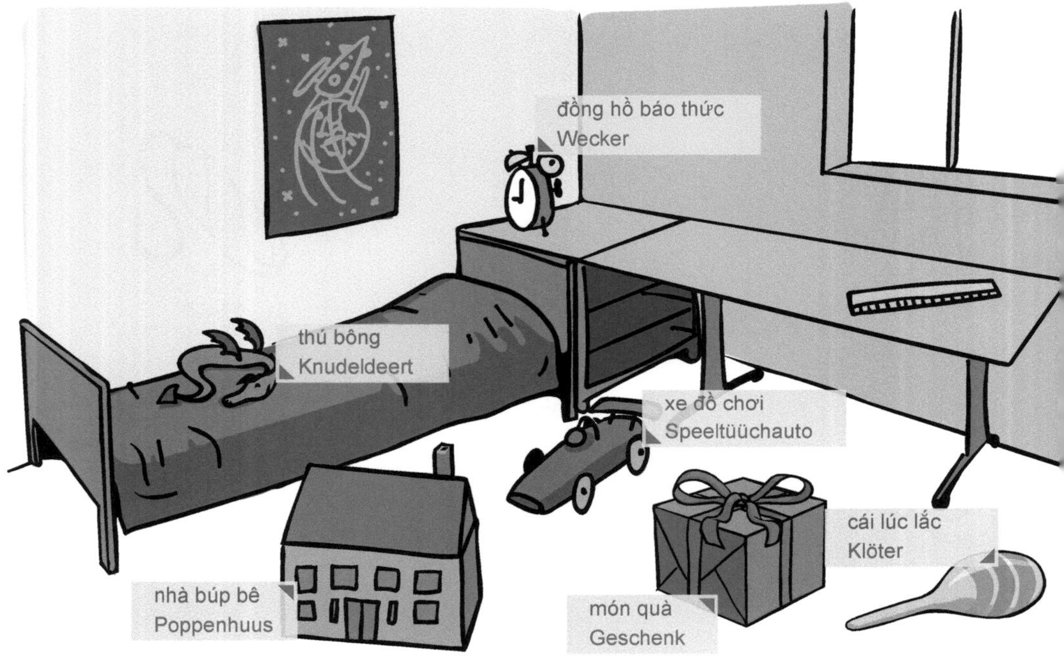
đồng hồ báo thức
Wecker
thú bông
Knudeldeert
xe đồ chơi
Speeltüüchauto
cái lúc lắc
Klöter
nhà búp bê
Poppenhuus
món quà
Geschenk

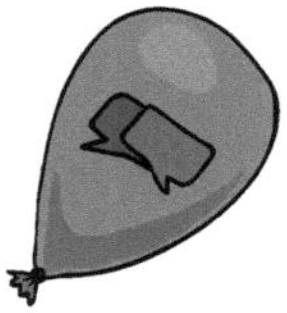

bong bóng

Luftballon

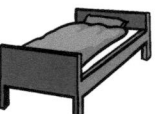

giường

Puuch

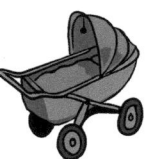

xe nôi

Kinnerwagen

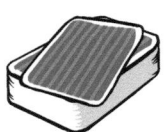

trò chơi bài

Koortenspeel

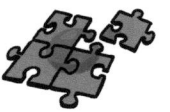

trò chơi ghép hình

Puzzle

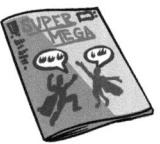

truyện tranh

Billergeschicht

gạch Lego

Legostenen

khối xếp hình

Bustenen

nhân vật hành động

Action-Figur

áo liền quần cho trẻ sơ sinh

Strampelantog

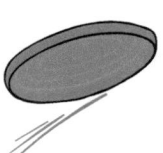

đĩa nhựa để ném

Frisbeeschiev

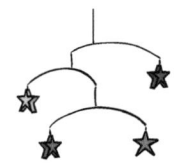

đồ chơi treo trên giường

Mobile

trò chơi cờ bàn

Brettspeel

xúc xắc

Wörpel

đồ chơi xe lửa mô hình

Modelliesenbahn

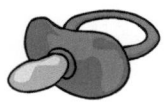

ti giả

Snuller

buổi tiệc

Party

sách tranh

Billerbook

quả bóng

Ball

búp bê

Popp

chơi

spelen

hố cát

Sandkassen,

cái đu

Schuckel

đồ chơi

Speeltüüch

máy chơi game cầm tay

Speelkonsool

xe ba bánh

Dreerad

gấu bông

Teddyboor

tủ quần áo

Klederschapp

y phục
Tüüch

bít tất

Socken

bít tất dài

Strümp

quần tất

Strumpbüx

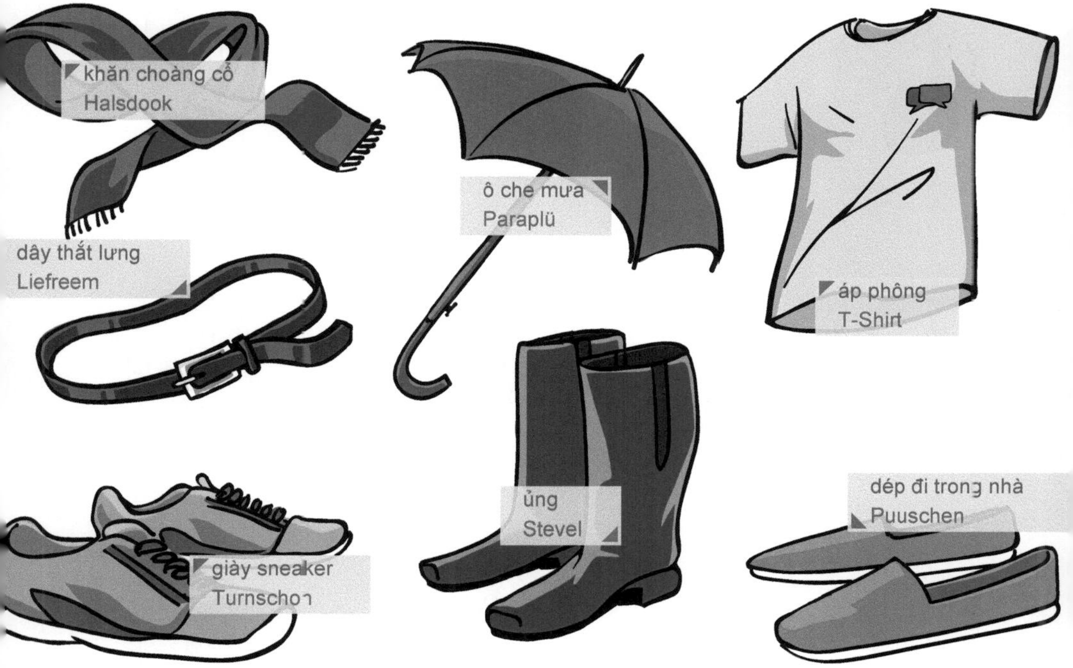

khăn choàng cổ
Halsdook

ô che mưa
Paraplü

áp phông
T-Shirt

dây thắt lưng
Liefreem

ủng
Stevel

dép đi trong nhà
Puuschen

giày sneaker
Turnschon

dép xăng đan
Sandalen

giày
Schoh

ủng cao su
Gummistevel

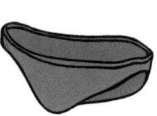
quần lót
Ünnerbüx

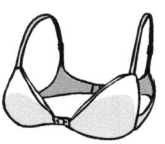
áo ngực
Bostholler

áo vest
Ünnerhemd

áo ôm sát cơ thể
Lief

quần dài
Büx

quần bò
Jeansnüx

váy
Rock

áo cánh
Bluus

áo sơ mi
Hemd

áo len chui đầu
Pullover

áo len
Kapuzenpullover

áo blazer
Blazer

áo jacket
Jack

áo khoác
Mantel

áo mưa
Övertrecker

trang phục
Kostüm

áo váy
Kleed

áo cưới
Hochtietskleed

bộ com lê
Antog

áo ngủ
Nachtkleed

pijama
Slaapantog

trang phục sari
Sari

khăn trùm đầu
Koppdook

khăn đội đầu
Turban

áo burka
Burka

áo captan
Kaftan

áo aba
Abaya

quần áo bơi
Baadantog

quần bơi
Baadbüx

quần đùi
Korte Büx

quần áo tracksuit
Antog to'n Öven

tạp dề
Schört

găng tay
Handschoh

y phục - Tüüch

47

cái cúc

Knopp

kính mắt

Brill

vòng đeo tay

Armband

vòng cổ

Halskeed

nhẫn

Ring

hoa tai

Ohrbummel

mũ lưỡi trai

Mütz

cái mắc treo áo quần

Klederbögel

mũ

Hoot

cà vạt

Binner

dây kéo phéc mơ tuya

Rietslüter

mũ bảo hiểm

Helm

dây đeo quần

Drachtband

đồng phục học sinh

Schooluniform

đồng phục

Uniform

yếm trẻ em
Severböten

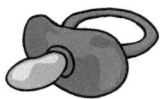

ti giả
Snuller

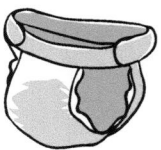

tã lót
Winnel

văn phòng
Büro

máy chủ
Server

tủ hồ sơ
Aktenschapp

máy in
Drucker

giấy
Papeer

màn hình
Bildschirm

bàn làm việc
Schrievdisch

chuột máy tính
Muus

thư mục
Orner

bàn phím
Knoopboord

thùng rác giấy
Papeerkorf

máy tính
Computer

ghế
Stohl

cốc cà phê
Koffiebeker

máy tính bỏ túi
Taschenreekner

internet
Internet

laptop

Klappreekner

thư

Breef

tin nhắn

Naricht

điện thoại di động

Ackersnacker

mạng

Nettwark

máy photocopy

Kopeerapparat

phần mềm

Software

điện thoại

Klöönkassen

ổ cắm điện

Steekdoos

máy fax

Faxapparat

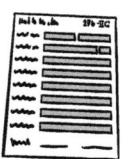

mẫu đơn

Formulor

chứng từ

Dokument

mua
köpen

trả tiền
betahlen

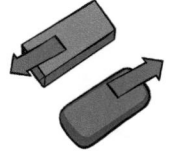

buôn bán
hanneln

tiền
Geld

USD

đô la
Dollar

EUR

Euro
Euro

JPY

yên
Yen

RUB

rúp
Ruvel

CHF

franc Thụy Sĩ
Swiezer Franken

CNY

nhân dân tệ
Renminbi Yuan

INR

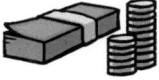

rupi
Rupie

máy rút tiền tự động
Geldautomat

quầy đổi tiền

Wesselstuuv

vàng

Gold

bạc

Sülver

dầu

Ööl

năng lượng

Energie

giá tiền

Pries

hợp đồng

Verdrag

thuế

Stüer

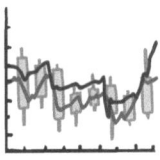

cổ phiếu

Andeelschien

làm việc

arbeiden

nhân viên

Anstellte

chủ lao động

Arbeitgever

nhà máy

Fabrik

cửa hiệu

Hökerie

nghề nghiệp
Profeschonen

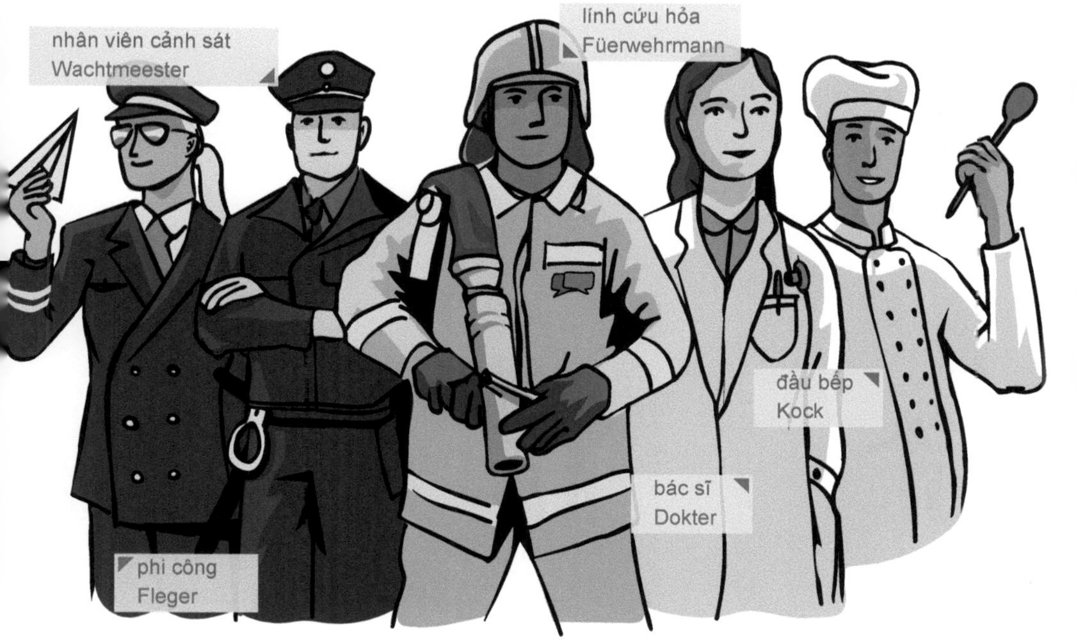
nhân viên cảnh sát
Wachtmeester
lính cứu hỏa
Füerwehrmann
đầu bếp
Kock
bác sĩ
Dokter
phi công
Fleger

người làm vườn

Goorner

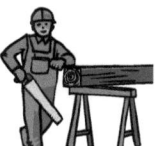

thợ mộc

Discher

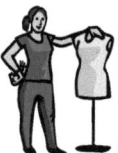

thợ may

Neihersche

chánh án

Richter

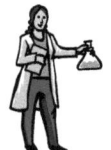

nhà hóa học

Chemiker

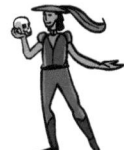

diễn viên

Schauspeler

tài xế xe buýt

Busfohrer

người lái taxi

Taxifohrer

ngư dân

Fischer

người lau dọn vệ sinh

Reinmaakfru

thợ lợp mái nhà

Dackdecker

bồi bàn

Kellner

thợ săn

Jäger

họa sĩ

Maler

thợ làm bánh

Bäcker

thợ điện

Elektriker

thợ xây dựng

Buarbeider

kỹ sư

Ingenieur

người hàng thịt

Slachter

thợ sửa ống nước

Klempner

người đưa thư

Postbüdel

người lính

Suldat

kiến trúc sư

Architekt

nhân viên thu ngân

Kasserer

người bán hoa

Florist

thợ cắt tóc

Putzbüdel

nhân viên soát vé

Schaffner

thợ cơ khí

Mechaniker

thuyền trưởng

Kaptein

nha sĩ

Tähndokter

nhà khoa học

Wetenschopler

giáo sĩ Do thái

Rabbi

lãnh tụ Hồi giáo

Imam

nhà sư

Mönk

mục sư

Paap

dụng cụ
Warktüüch

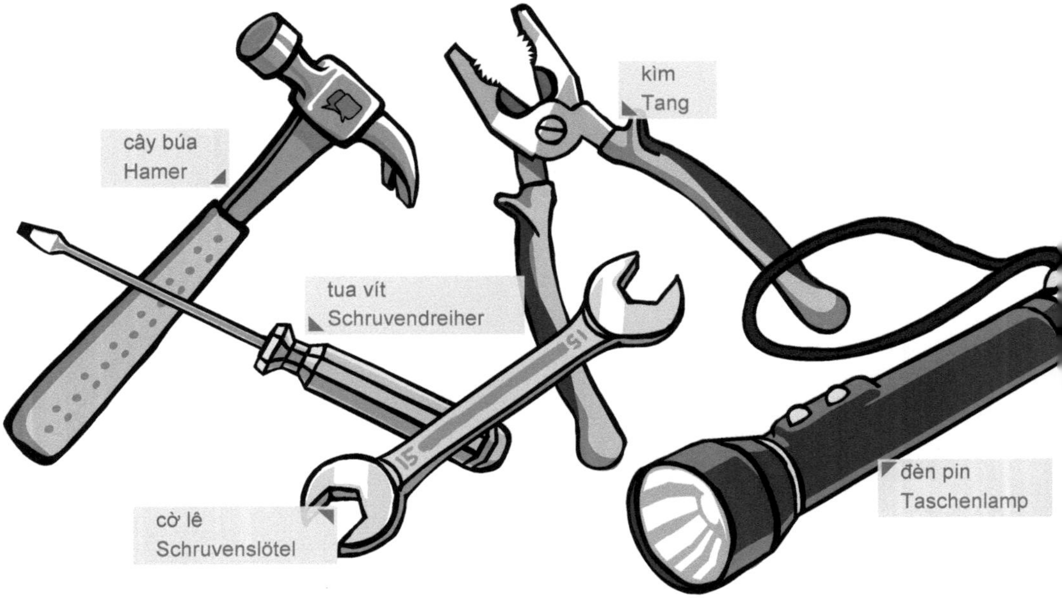
kìm
Tang
cây búa
Hamer
tua vít
Schruvendreiher
đèn pin
Taschenlamp
cờ lê
Schruvenslötel

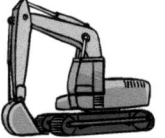

máy xúc đất

Grieper

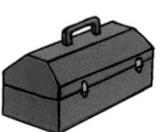

hộp dụng cụ

Warktüüchkassen

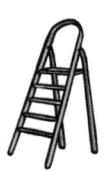

cái thang

Ledder

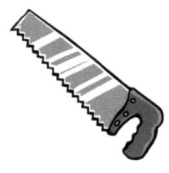

cưa

Saag

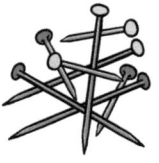

đinh

Nagels

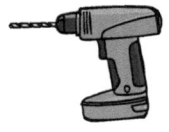

máy khoan

Bohrer

sửa chữa
heelmaken

cái xẻng
Schüffel

khốn nạn!
Schiet!

cái hót rác
Kehrblick

thùng sơn
Farvpott

vít
Schruven

nhạc cụ
Musikinstrumenten

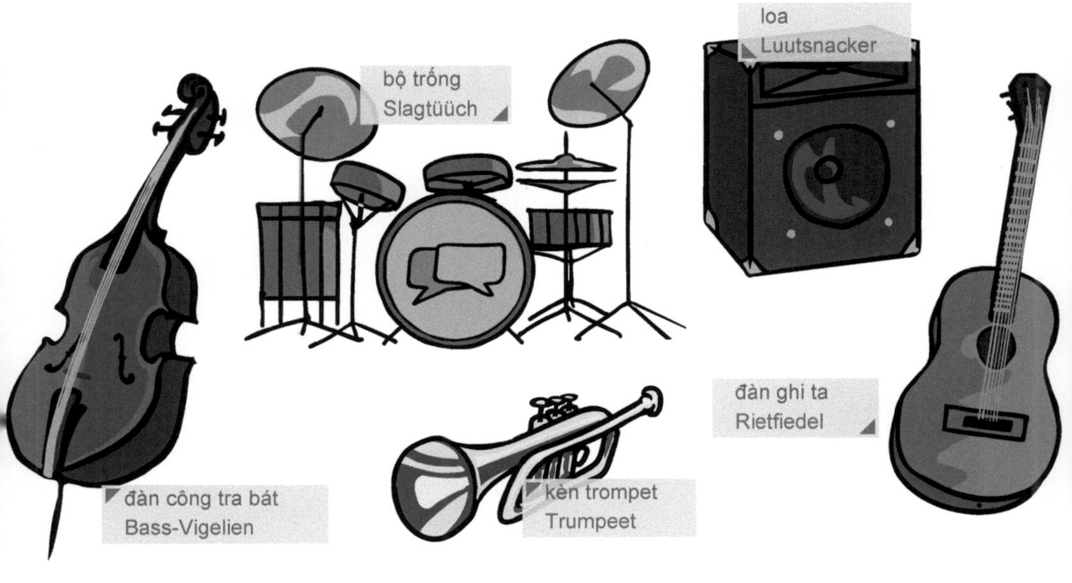

loa
Luutsnacker

bộ trống
Slagtüüch

đàn ghi ta
Rietfiedel

đàn công tra bát
Bass-Vigelien

kèn trompet
Trumpeet

đàn piano

Klaveer

đàn vĩ cầm

Vigelien

ghi ta bass

Bass

trống định âm

Pauk

trống

Trummeln

đàn organ

Keyboard

kèn Saxophone

Saxophon

sáo

Fleut

micro

Mikrofoon

vườn bách thú

Deertenpark

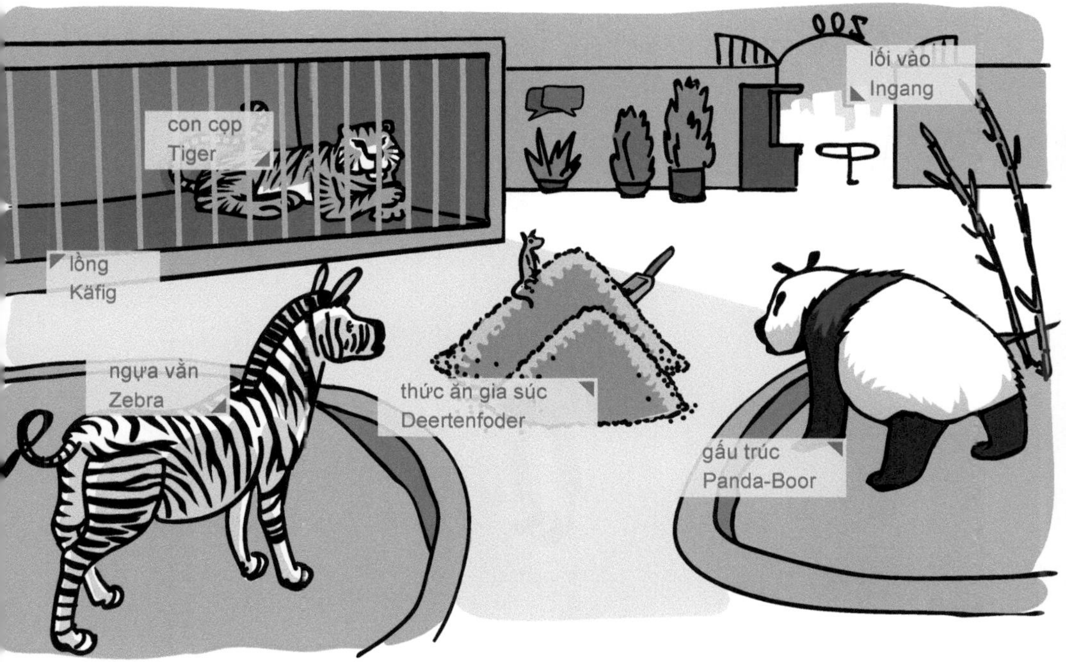
con cọp
Tiger
lồng
Käfig
lối vào
Ingang
ngựa vằn
Zebra
thức ăn gia súc
Deertenfoder
gấu trúc
Panda-Boor

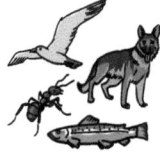

động vật

Deerten

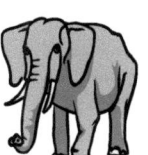

con voi

Elefant

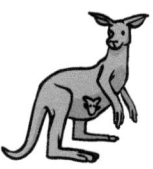

chuột túi

Känguru

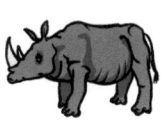

tê giác

Neeshoorn

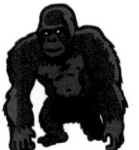

khỉ đột

Gorilla

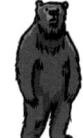

con gấu

Boor

lạc đà

Kameel

đà điểu

Struuß

sư tử

Lööv

con khỉ

Aap

hồng hạc

Flamingo

con vẹt

Papagoi

gấu bắc cực

Iesboor

chim cánh cụt

Pinguin

cá mập

Haifisch

con công

Pageluun

con rắn

Slang

cá sấu

Krokodil

người trông giữ vườn bách thú

Oppasser in'n Deertenpark

hải cẩu

Saalhund

báo đốm

Jaguor

ngựa lùn

Pony

con báo

Leopard

hà mã

Nilpeerd

hươu cao cổ

Giraff

đại bàng

Aadler

heo rừng

Wildswien

cá

Fisch

con rùa

Schildkrööt

hải mã

Walross

con cáo

Voss

linh dương

Gazell

bóng bầu dục Mỹ
Amerikaansch Football

đua xe đạp
Radfohren

quần vợt
Tennis

bóng rổ
Korfball

bơi
Swümmen

đấm bốc
Boxen

khúc côn cầu trên băng
Ieshockey

bóng đá
Football

cầu lông
Fedderball

điền kinh
Leichtathletik

bóng ném
Handball

trượt tuyết
Skilopen

polo
Polo

các hoạt động
Aktivitäten

cười
lachen
nhảy
springen
ôm
ümarmen
đi bộ
gahn
ca hát
singen
mơ
drömen
cầu nguyện
beden
hôn
snuteln

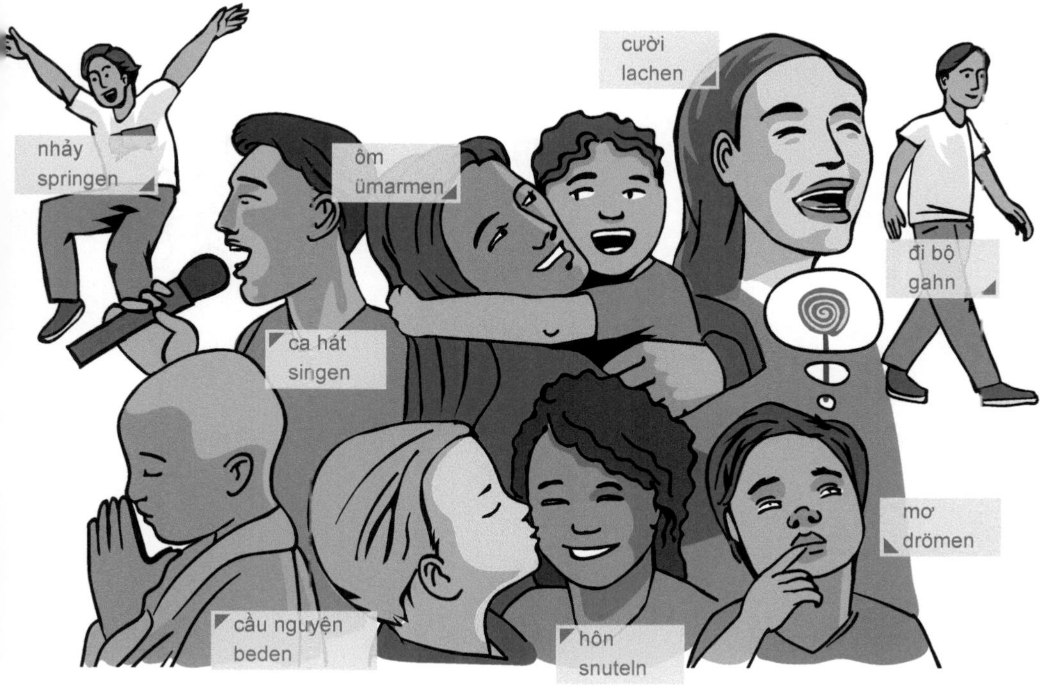

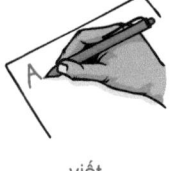

viết
schrieven

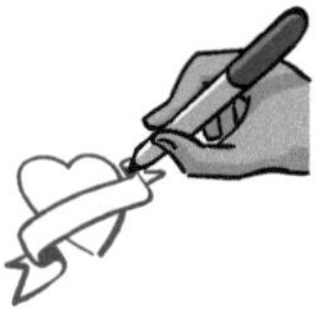

vẽ
teken

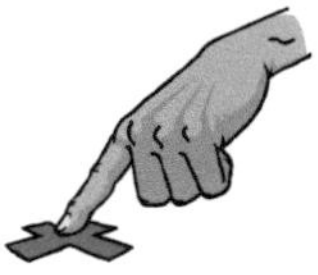

chỉ trỏ
wiesen

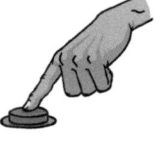

đẩy
drücken

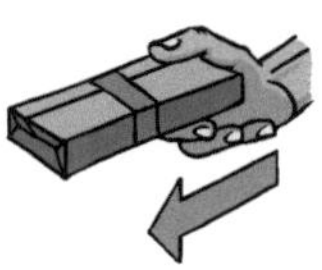

cho
geven

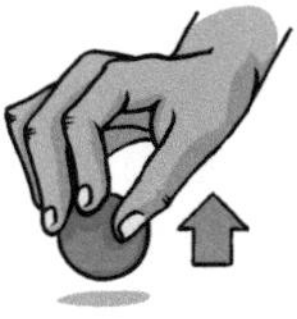

lấy đi
nehmen

có
....
hebben

làm
....
doon

thì / là
....
sien

đứng
....
stahn

chạy
....
lopen

kéo
....
trecken

ném
....
smieten

rơi
....
fallen

nằm
....
liggen

chờ đợi
....
töven

mang vác
....
dregen

ngồi
....
sitten

mặc quần áo
....
antrecken

ngủ
....
slapen

thức dậy
....
opwaken

xem

ankieken

khóc

wenen

vuốt ve

eien

chải

kämmen

nói chuyện

snacken

hiểu

verstahn

câu hỏi

fragen

nghe

hören

uống

drinken

ăn

eten

dọn dẹp

oprümen

yêu

leefhebben

nấu nướng

kaken

lái xe

fohren

bay

flegen

đi thuyền buồm

segeln

tính toán

reken

đọc

lesen

học

lehren

làm việc

arbeiden

cưới

de Plünnen tohoopsmieten

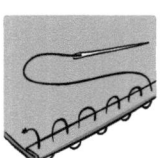

khâu vá

neihen

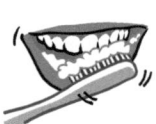

đánh răng

Tähnen putzen

giết

dootmaken

hút thuốc

smöken

gửi đi

schicken

gia đình
Familje

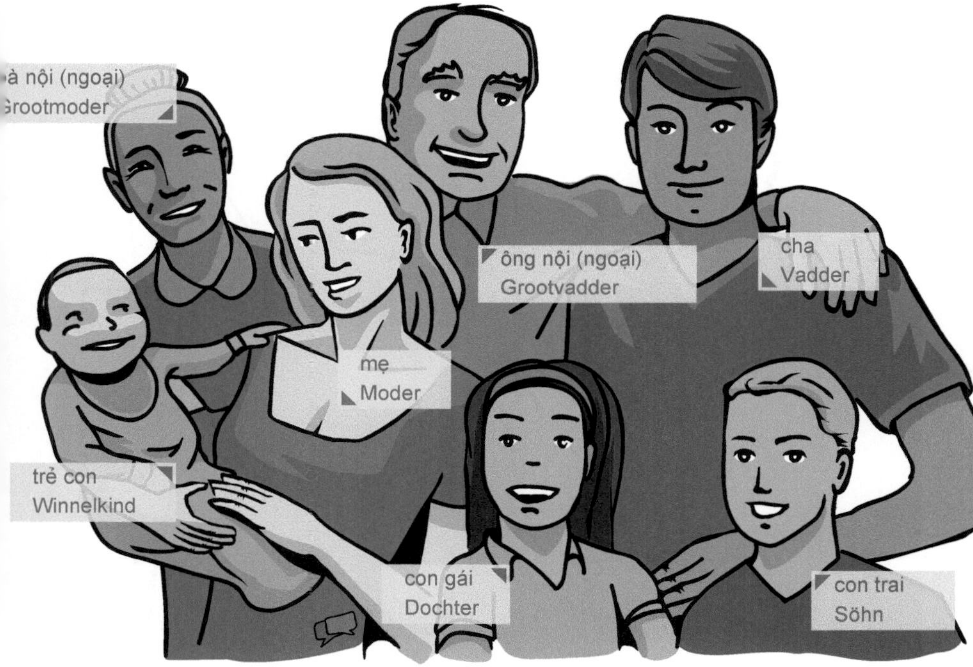

à nội (ngoại)
Grootmoder
ông nội (ngoại)
Grootvadder
cha
Vadder
mẹ
Moder
trẻ con
Winnelkind
con gái
Dochter
con trai
Söhn

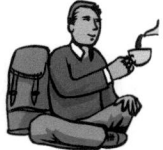

khách

Gast

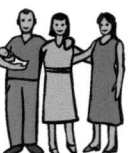

cô (dì)

Tant

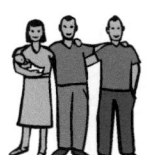

chú, bác (cậu)

Unkel

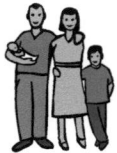

anh (em) trai

Broder

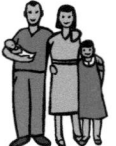

chị (em) gái

Süster

cơ thể

Lief

trán
Vörkopp
mắt
Oog
vai
Schuller
ngón tay
Finger
mặt
Gesicht
cằm
Kinn
bàn tay
Hand
chân
Been
ngực
Bost
cánh tay
Arm

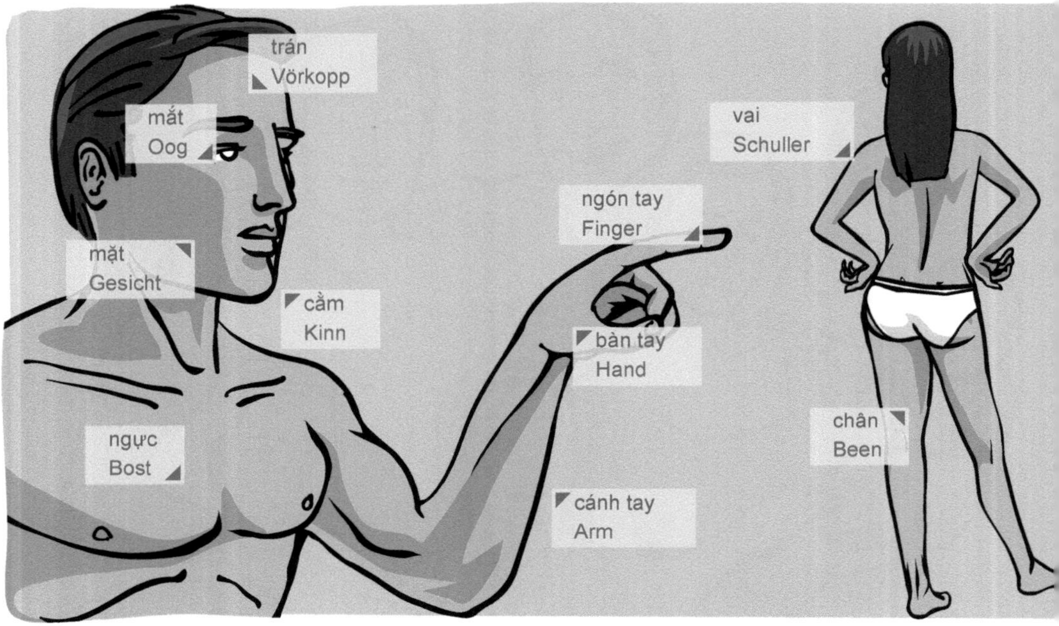

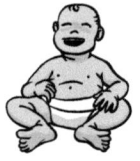

trẻ con

Winnelkind

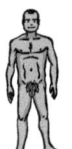

đàn ông

Mann

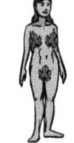

phụ nữ

Fro

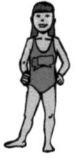

bé gái

Deern

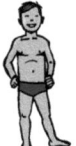

bé trai

Jung

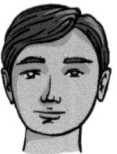

đầu

Arm

lưng
Rüch

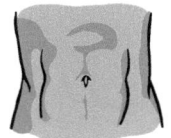

bụng
Buuk

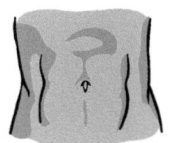

rốn
Navel

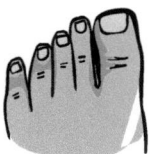

ngón chân
Teh

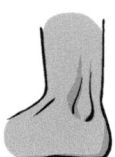

gót chân
Hack

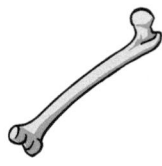

xương
Knaken

hông
Hüft

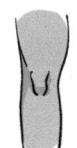

đầu gối
Knee

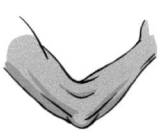

khuỷu tay
Ellbagen

mũi
Nees

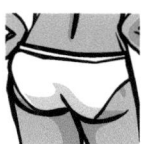

mông
Achtersen

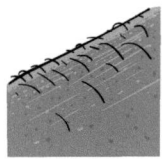

da
Huut

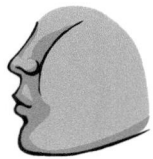

má
Back

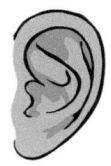

tai
Ohr

môi
Lipp

miệng

Mund

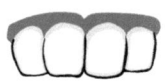

răng

Tähn

lưỡi

Tung

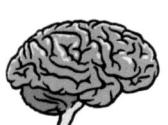

não

Bregen

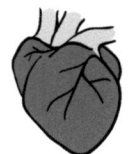

tim

Hart

cơ bắp

Muskel

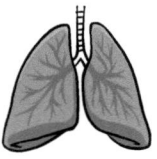

phổi

Lung

gan

Lever

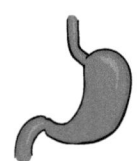

dạ dày

Maag

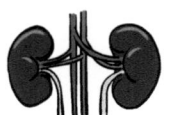

thận

Neren

giao hợp

Bislaap

bao cao su

Kondoom

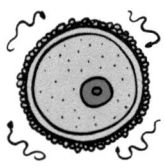

noãn

Eizell

tinh dịch

Sperma

mang thai

Anner Ümstänn

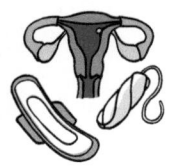

kinh nguyệt

Menstruatschoon

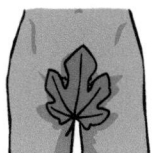

âm vật

Scheed

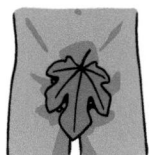

dương vật

Pint

lông mày

Ogenbroe

tóc

Hoor

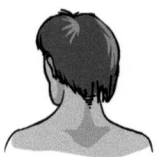

cổ

Hals

bệnh viện
Krankenhuus

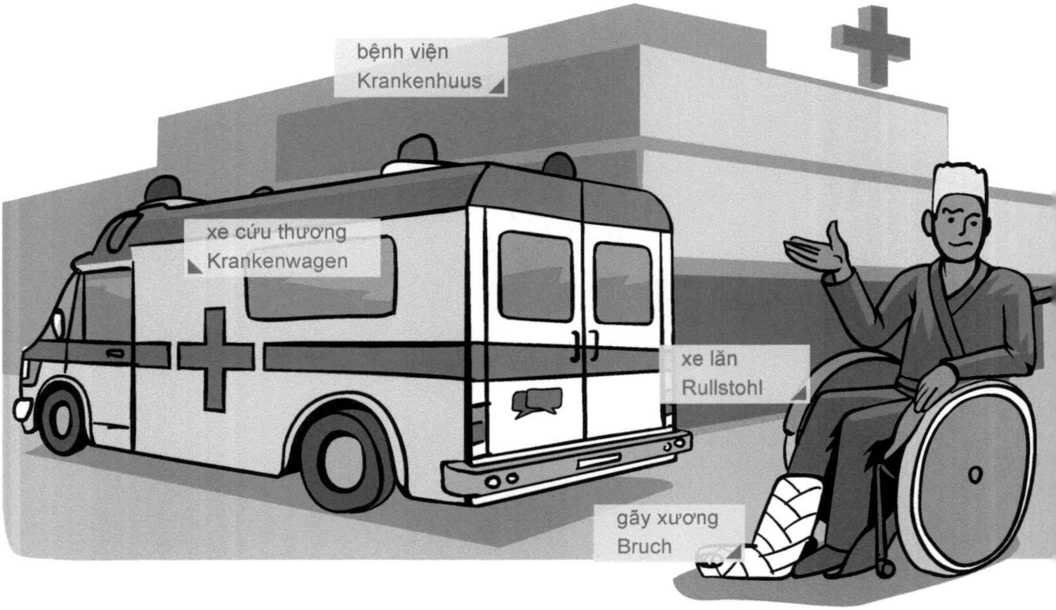

bệnh viện
Krankenhuus
xe cứu thương
Krankenwagen
xe lăn
Rullstohl
gãy xương
Bruch

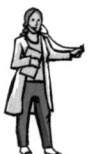

bác sĩ

Dokter

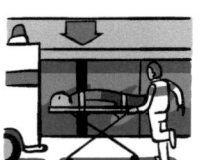

phòng cấp cứu

Nootopnahm

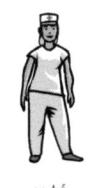

y tá

Krankensüster

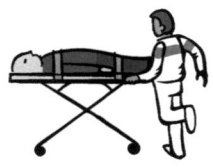

cấp cứu

Nootfall

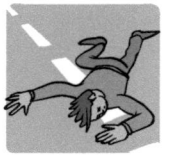

bất tỉnh

ahnmächtig

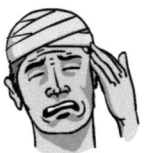

cơn đau

Wehdaag

bị thương

Verwunnen

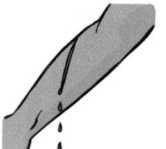

chảy máu

Blöden

nhồi máu cơ tim

Hartinfarkt

đột quỵ

Slaganfall

dị ứng

Allergie

ho

Hoosten

sốt

Fever

cúm

Gripp

tiêu chảy

Dörchfall

đau đầu

Koppwehdaag

ung thư

Kreeft

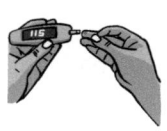

bệnh tiểu đường

Zuckersüük

bác sĩ phẫu thuật

Chirurg

dao mổ

Chirurgsch Mess

giải phẫu

Operatschoon

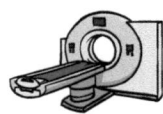

chụp cắt lớp
CT

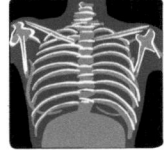

chụp x-quang
Dörchlüchten

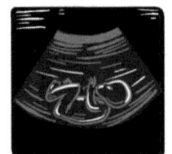

siêu âm
Ultraschall

mặt nạ
Mask

bệnh
Krankheit

phòng đợi
Töövruum

cái nạng
Krück

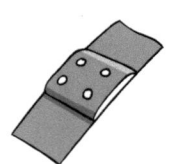

băng dán vết thương
Plaaster

băng bó
Verband

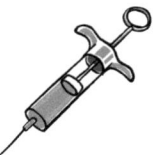

tiêm thuốc
Insprütten

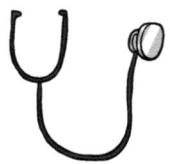

ống nghe khám bệnh
Stethoskop

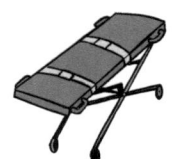

băng ca
Draag

nhiệt kế
Feverthermometer

sinh đẻ
Geboort

thừa cân
Övergewicht

máy trợ thính

Höörapparat

chất khử trùng

Kiemfriemiddel

nhiễm trùng

Ansteken

vi rút

Virus

HIV / AIDS

HIV / AIDS

thuốc

Heelmiddel

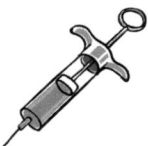

tiêm chủng

Impen

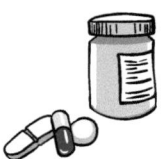

thuốc viên

Tabletten

viên thuốc

Pill

gọi cấp cứu

Nootroop

máy đo huyết áp

Blootdruck-Meter

bệnh / khỏe mạnh

krank / gesund

cứu!

Hölp!

báo động

Alarm

cuộc đột kích

Överfall

sự tấn công

Angreep

mối nguy hiểm

Gefohr

lối thoát hiểm

Nootutgang

cháy!

Füer!

bình chữa cháy

Füerlöscher

tai nạn

Unfall

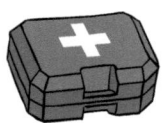

bộ dụng cụ sơ cứu

Noothölpkoffer

SOS

SOS

cảnh sát

Polizei

châu Âu

Europa

Bắc Mỹ

Noordamerika

Nam Mỹ

Süüdamerika

châu Phi

Afrika

châu Á

Asien

châu Úc

Australien

Đại Tây Dương

Atlantik

Thái Bình Dương

Pazifik

Ấn Độ Dương

Indisch Weltmeer

Nam Cực Dương

Antarktisch Weltmeer

Bắc Băng Dương

Arktisch Weltmeer

bắc cực

Noordpol

nam cực
....
Süüdpol

nam cực
....
Antarktis

trái đất
....
Eerd

đất liền
....
Land

biển
....
See

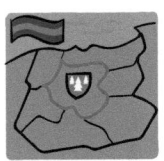

đảo
....
Eiland

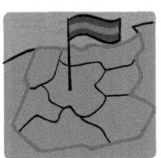

quốc gia
....
Natschoon

nhà nước
....
Staat

mặt đồng hồ

Tallenblatt

kim chỉ giờ

Stunnenwieser

kim chỉ phút

Minutenwieser

kim chỉ giây

Sekunnenwieser

Bây giờ là mấy giờ?

Wo laat is dat?

ngày

Dag

thời gian

Tiet

bây giờ

nu

đồng hồ điện tử

digetaalsch Klock

phút

Minuut

giờ

Stunn

tuần lễ
Week

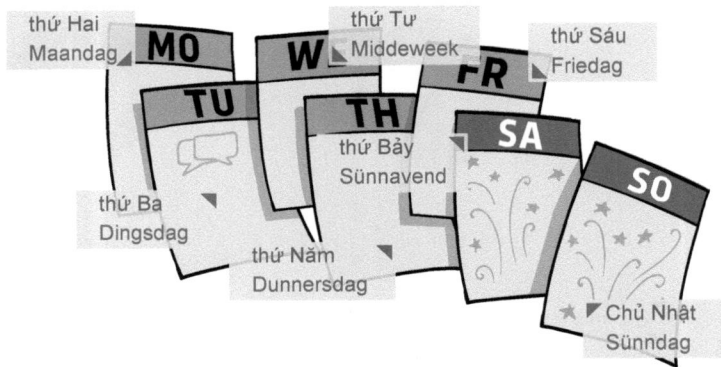

thứ Hai
Maandag

thứ Tư
Middeweek

thứ Sáu
Friedag

thứ Ba
Dingsdag

thứ Bảy
Sünnavend

thứ Năm
Dunnersdag

Chủ Nhật
Sünndag

hôm qua

güstern

hôm nay

hüüt

ngày mai

morgen

buổi sáng

Morgen

buổi trưa

Meddag

buổi tối

Avend

MO	TU	WE	TH	FR	SA	SU
1	2	3	4	5	6	7
8	9	10	11	12	13	14
15	16	17	18	19	20	21
22	23	24	25	26	27	28
29	30	31	1	2	3	4

ngày làm việc

Arbeitsdaag

MO	TU	WE	TH	FR	SA	SU
1	2	3	4	5	6	7
8	9	10	11	12	13	14
15	16	17	18	19	20	21
22	23	24	25	26	27	28
29	30	31	1	2	3	4

cuối tuần

Wekenenn

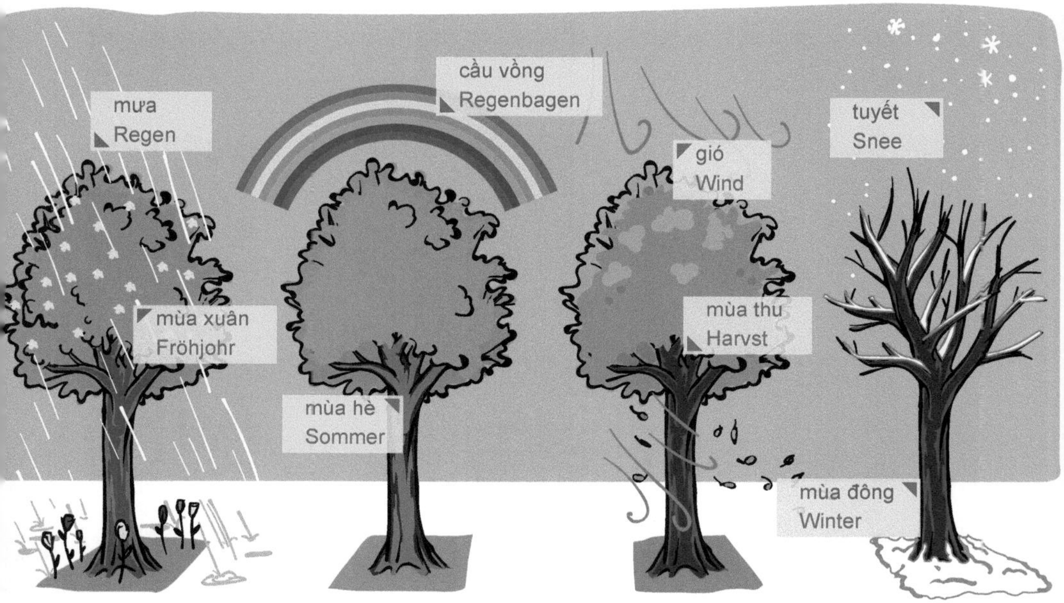

mưa
Regen
cầu vồng
Regenbagen
gió
Wind
tuyết
Snee
mùa xuân
Fröhjohr
mùa hè
Sommer
mùa thu
Harvst
mùa đông
Winter

4.APRIL 11°
5.APRIL 4°
6.APRIL 13°
7.APRIL 8°
8.APRIL 10°

dự báo thời tiết

Wedervörhersaag

F C
120 40
90 30
60 20
30 10
0 0
-30 -10
-20

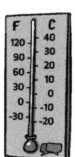

nhiệt kế

Thermometer

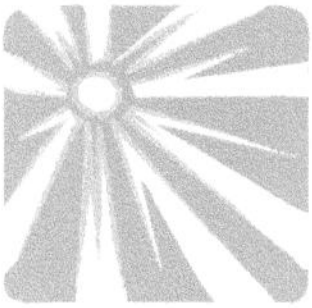

ánh nắng

Sünnenschien

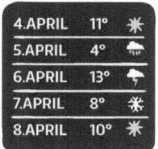

mây

Wulk

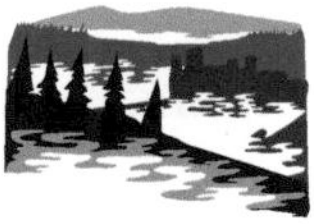

sương mù

Nevel

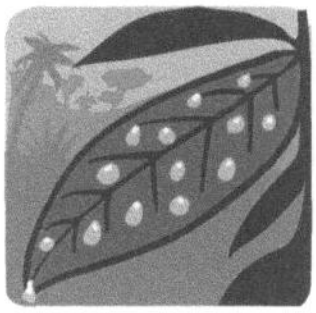

độ ẩm không khí

Luftfuchtigkeit

tia chớp
Blitz

sấm sét
Dunner

cơn bão
Storm

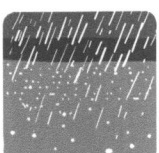

mưa đá
Hagel

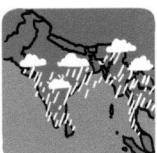

gió mùa
Monsun

lũ lụt
Floot

nước đá
les

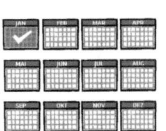

tháng Một
Januormaand

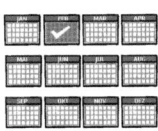

tháng Hai
Februormaand

tháng Ba
Martmaand

tháng Tư
Aprilmaand

tháng Năm
Maimaand

tháng Sáu
Junimaand

tháng Bảy
Julimaand

tháng Tám
Augustmaand

tháng Chín

Septembermaand

tháng Mười

Oktobermaand

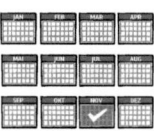

tháng Mười Một

Novembermaand

tháng Mười Hai

Dezembermaand

hình dạng
Formen

hình tròn

Krink

hình vuông

Quadrat

hình chữ nhật

Rechteck

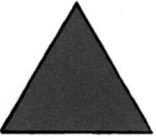

hình tam giác

Dreeeck

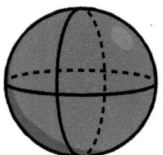

hình cầu

Kugel

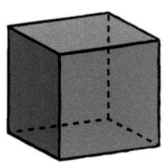

khối vuông

Wörpel

màu trắng

witt

màu vàng

geel

màu cam

orangsch

màu hồng

pink

màu đỏ

root

màu tím

lila

màu xanh dương

blau

màu xanh lá cây

gröön

màu nâu

bruun

màu xám

gries

màu đen

swart

nhiều / ít

veel / wenig

tức tối / điềm tĩnh

böös / verdreeglich

xinh đẹp / xấu xí

smuck / mies

bắt đầu / kết thúc

Begünn / Enn

to / nhỏ

groot / lütt

sáng / tối

hell / düüster

anh (em) trai / chị (em) gái

Broder / Süster

sạch / bẩn

schier / schietig

đủ / thiếu

kumpleet / nich kumpleet

ngày / đêm

Dag / Nacht

chết / sống

doot / lebennig

rộng / chật hẹp

breet / small

ăn được / không ăn được

geneetbor / nich geneetbor

ác / tử tế

böös / fründlich

hào hứng / chán nản

fickerig / langwielt

béo / gầy

dick / dünn

đầu tiên / cuối cùng

toeerst / toletzt

bạn / thù

Fründ / Fiend

đầy / rỗng

vull / leddig

cứng / mềm

hart / week

nặng / nhẹ

swoor / licht

đói / khát

Smacht / Döst

bệnh / khỏe mạnh

krank / gesund

bất hợp pháp / hợp pháp

nich na't Recht / na't Recht

thông minh / ngu

klook / dummerhaftig

trái / phải

linkerhand / rechterhand

gần / xa

neeg / feern

đối lập - Gegendelen

mới / cũ

nieg / bruukt

không có gì cả / có cái gì đó

nix / wat

già / trẻ

oolt / jung

bật / tắc

an / ut

mở / đóng

apen / slaten

im lặng / ồn ào

lies / luut

giàu / nghèo

riek / arm

đúng / sai

richtig / verkehrt

sần sùi / mịn màng

ruug / glatt

buồn / vui

trurig / glücklich

ngắn / dài

kort / lang

chậm / nhanh

suutje / flink

ẩm ướt / khô ráo

natt / dröög

ấm áp / mát mẻ

warm / köhl

chiến tranh / hòa bình

Krieg / Freden

đối lập - Gegendelen

0	**1**	**2**
số không	một	hai
null	een	twee

3	**4**	**5**
ba	bốn	năm
dree	veer	fief

6	**7**	**8**
sáu	bảy	tám
söss	söven	acht

9	**10**	**11**
chín	mười	mười một
negen	teihn	ölven

12
mười hai
twölf

13
mười ba
dörteihn

14
mười bốn
veerteihn

15
mười lăm
föffteihn

16
mười sáu
sössteihn

17
mười bảy
söventeihn

18
mười tám
achtteihn

19
mười chín
negenteihn

20
hai mươi
twintig

100
một trăm
hunnert

1.000
một ngàn
dusend

1.000.000
một triệu
million

tiếng Anh

Engelsch

tiếng Anh Mỹ

Amerikaansch Engelsch

tiếng Quan Thoại

Chineesch Mandarin

tiếng Hin-di

Hindi

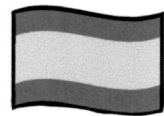

tiếng Tây Ban Nha

Spaansch

tiếng Pháp

Franzöösch

tiếng Ả-rập

Araabsch

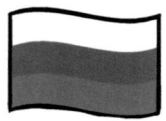

tiếng Nga

Rusch

tiếng Bồ Đào Nha

Portugiesch

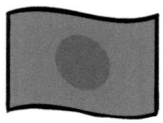

tiếng Bengal

Bengaalsch

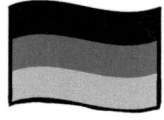

tiếng Đức

Düütsch

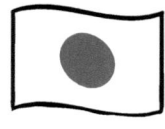

tiếng Nhật

Japaansch

tôi
ik

bạn
du

anh ta / cô ta / nó
he / se / dat

chúng tôi
wi

các bạn
ji

họ
se

ai?
keen?

cái gì?
wat?

như thế nào?
woans?

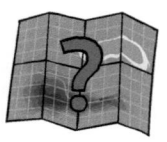

ở đâu?
woneem?

lúc nào?
wannehr?

tên
Naam

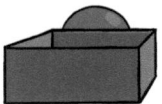

phía sau

achter

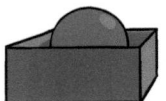

ở trong

in

phía trước

vör

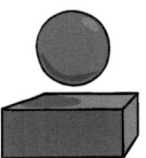

phía trên

över

ở trên

op

ở dưới

ünner

bên cạnh

blangen

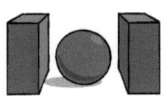

ở giữa

twüschen

chỗ

Oort